Học tiếng Anh
cùng truyện
ngụ ngôn Aesop

CHÚ CHÓ VÀ CÁI BÓNG

Phỏng theo ngụ ngôn Aesop
Lời: Megan Sussman
Minh họa: Hasuk Hwang
Người dịch: Minh Trang

The Dog
and the Shadow

ĐINH TỊ BOOKS   NXB THANH NIÊN

Dog walks down the street.
"I am hungry," says Dog.
"I need to find some food."
He looks and looks for some food.

Chú Chó đi xuống phố.
"Mình đói quá." Chú nói.
"Mình cần phải đi tìm chút đồ ăn."
Chú nhìn xung quanh để kiếm chút đồ ăn.

Listen to the Story

Listen and Repeat

3

"I cannot find any food."
"I need to find some food."
"I am so hungry."

"Mình không tìm được chút đồ ăn nào cả."
"Mình cần phải đi tìm chút đồ ăn."
"Mình đói quá rồi."

Listen to the Story   Listen and Repeat

**He stops outside a food shop.
"I smell meat," says Dog.**

Chú dừng lại bên ngoài một cửa hàng đồ ăn.
"Mình ngửi thấy mùi thịt." Chú Chó nói.

The shopkeeper sees Dog.

He comes out of the shop.

"Hello, Dog," says the shopkeeper.

"I am hungry," says Dog.

"I will get you some food," says the shopkeeper.

Ông chủ nhìn thấy chú Chó.
Ông ta bước ra ngoài.
"Xin chào, chú Chó đáng yêu." Ông chủ cửa hàng nói.
"Cháu đói quá." Chú Chó nói.
"Ta sẽ đi lấy cho cháu một ít đồ ăn nhé." Ông chủ nói.

Listen to the Story

Listen and Repeat

The shopkeeper goes back into his shop.
He comes out with a piece of meat.
"Here is a piece of meat," says the shopkeeper.

Ông ta quay vào trong cửa hàng của mình.
Và bước ra ngoài cùng với một miếng thịt.
"Đây là một miếng thịt." Ông chủ nói.

Listen to the Story

Listen and Repeat

8

"Thank you!"
Dog puts the meat in his mouth.

"Cảm ơn ông!"
Chú Chó ngậm miếng thịt trong miệng.

9

Dog starts walking down the street.
He holds the meat in his mouth.
"This meat will taste so good."
"I need to go home to eat it."

Chú Chó bắt đầu đi xuống phố.
Chú ngậm miếng thịt trong miệng.
"Miếng thịt này sẽ rất ngon đây."
"Mình cần phải về nhà để ăn nó."

Listen to the Story   Listen and Repeat

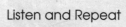

Dog crosses a stream on his way home.
He looks down into the water.
He sees another dog in the stream.
The dog has a piece of meat in his mouth.

Trên đường về, chú Chó đi ngang qua một con suối.

Chú nhìn xuống nước.

Chú trông thấy một chú chó khác ở dưới suối.

Chú chó này cũng có một miếng thịt trong miệng.

Listen to the Story

Listen and Repeat

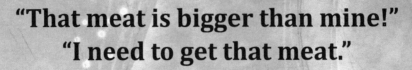

"That meat is bigger than mine!"
"I need to get that meat."

"Miếng thịt kia to hơn miếng của mình!"
"Mình cần phải lấy được miếng thịt đó."

Listen to the Story

Listen and Repeat

Dog jumps into the stream.

Chú Chó nhảy xuống suối.

Listen to the Story

Listen and Repeat

He tries to get the meat from the other dog.
He opens his mouth to grab the meat.

Chú cố giành lấy miếng thịt từ con chó kia.
Chú mở miệng của mình ra để ngoạm miếng thịt đó.

His own meat falls out of his mouth.
"Splash!"

Nhưng miếng thịt của chú Chó đã rơi ra khỏi miệng.
"Tõm!"

Listen to the Story

Listen and Repeat

His meat is lost in the stream.
Thế là miếng thịt của chú bị cuốn theo dòng nước xiết.

Dog starts to cry.
Duck hears him cry.

Chú Chó bắt đầu khóc.
Vịt con nghe thấy chú đang khóc.

Trang 7

Trang 10

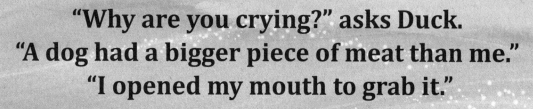

"Why are you crying?" asks Duck.
"A dog had a bigger piece of meat than me."
"I opened my mouth to grab it."

"Tại sao cậu lại khóc?" Vịt hỏi.
"Một con chó khác có miếng thịt
to hơn miếng thịt của tớ."
"Tớ mở miệng ra để ngoạm lấy nó."

Listen to the Story

Listen and Repeat

"Then, I lost my meat."
"There was not another dog," says Duck.
"It was your shadow."

Listen to the Story

Listen and Repeat

"Nhưng rồi, tớ làm mất miếng thịt của chính mình."
"Chẳng có con chó nào khác cả." Vịt nói.
"Đó chỉ là cái bóng của cậu thôi."

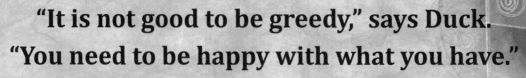

"It is not good to be greedy," says Duck.
"You need to be happy with what you have."
If you are too greedy,
you will lose what you already have.
"Tham lam là không tốt." Vịt nói.
"Cậu cần hạnh phúc với những gì mình đang có."
Nếu bạn quá tham lam, bạn sẽ đánh mất những gì
bạn đang có.

Listen to the Story

Listen and Repeat

Em đã đọc hết chuyện chưa nào?
Bây giờ em hãy quét mã QR bên
dưới để tải về và nghe lại toàn bộ
câu chuyện bằng tiếng Anh nhé!

Em hãy quét mã QR bên
dưới để tải về trò chơi vô
cùng hấp dẫn nhé!

Phần mã tải về ở trang này tương thích khi sử dụng
trên máy tính cá nhân (PC) hoặc máy tính xách tay (laptop).

Đến phần thực hành rồi!
Trong Vở bài tập sẽ có 2 phần nghe
hiểu nội dung câu chuyện.

Em hãy quét mã QR bên dưới để nghe
đoạn ghi âm tiếng Anh và làm theo
hướng dẫn ở trang 5 phần bài tập nhé!

Em hãy quét mã QR bên dưới để nghe
đoạn ghi âm tiếng Anh và làm theo
hướng dẫn ở trang 6 phần bài tập nhé!

Học tiếng Anh
cùng truyện
ngụ ngôn Aesop

CHÚ CHÓ VÀ CÁI BÓNG

The Dog and the Shadow

Workbook

Vở bài tập

Lớp: _____

Họ và tên: _____

Mục Lục

Em hãy quan sát các bức tranh và nối chúng với từ tiếng Anh tương ứng, sau đó tô lại các từ đó nhé!

1    ·   ·  shop

2    ·   ·  meat

3    ·   ·  shadow

4    ·   ·  food

5    ·   ·  mouth

Em hãy quan sát các bức tranh, khoanh tròn vào đáp án đúng và sau đó viết thành câu hoàn chỉnh nhé!

1.

"I _____ meat."

smell   hear

2.

He opens his mouth to _____ the meat.

see   grab

3.

His own meat _____ out of his mouth.

falls   looks

4.

Dog starts to _____ .

cry   eat

5.

"It is not good to be _____ ."

king   greedy

Em hãy quét mã QR ở trang hướng dẫn để nghe đoạn ghi âm tiếng Anh, sau đó quan sát các bức tranh bên dưới, rồi điền từ còn thiếu vào ô trống nhé!

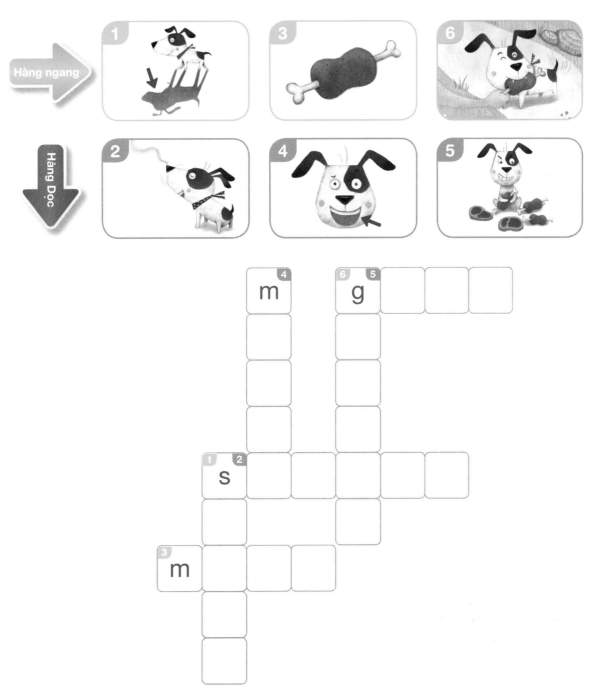

Đáp án: 1- shadow; 2- smell; 3- meat; 4- mouth; 5- greedy; 6- grab

Mẫn cảm

Em hãy quan sát các bức tranh, quét mã QR ở trang hướng dẫn để nghe đoạn ghi âm tiếng Anh và lựa chọn đáp án đúng nhé!

①

◯ He walks down the street.

◯ He stops outside a food shop.

②

◯ "I need to find some food."

◯ "I need to go home to eat it."

③

◯ "That meat is bigger than mine."

◯ "I had a bigger piece of meat than him."

④

◯ He looks down into the water.

◯ He opens his mouth to grab the meat.

⑤

◯ Dog starts to cry.

◯ Dog jumps into the stream.

6 Chú Chó và cái bóng

Em hãy dán hình còn thiếu vào các bức tranh sao cho phù hợp và tô lại các câu dưới đây nhé!

① Dog jumps into the stream.

② This meat will taste so good.

③ That meat is bigger than mine.

Em hãy lựa chọn từ phù hợp để điền vào chỗ trống. Sau đó hãy đóng vai những nhân vật này cùng với bố mẹ hoặc bạn bè nhé!

| food | lost | crying | hungry |

① I am _____.

I will get you some _____.

② Why are you _____?

I _____ my meat.

Em hãy đọc kĩ câu hỏi và chọn đáp án đúng nhé!

1. Who gives a piece of meat to Dog?

   a. Duck

   b. the shopkeeper

   c. another dog in the stream

2. Where does Dog keep his own meat?

   a. in his hands

   b. in his mouth

   c. in his home

3. Choose True or False.

   1 Dog finds some meat at home.   True   False

   2 There is another dog in the stream.   True   False

   3 Dog loses his meat because he is too greedy.   True   False

4. Why does Dog jump into the stream?

   a. to get the meat

   b. to play with Duck

   c. to drink some water

Em hãy quan sát, đánh số thứ tự các đoạn văn sao cho hợp lý và điền từ còn thiếu vào chỗ trống nhé!

"Hello, Dog," says the shopkeeper.

"I am _____," says Dog.

"I will get you some _____," says the shopkeeper.

He holds the meat in his _____.

"This meat will taste so good."

"I need to go home to eat it."

"Why are you crying?" asks Duck.

"A dog had a bigger piece of meat than me."

"I opened my mouth to grab it."

"Then, I lost my _____."

He sees another dog in the stream.

The dog has a piece of meat in his mouth.

"That meat is _____ than mine!"

"I need to get that meat."

| bigger | meat | hungry | mouth | food |

Nếu em là chú Chó kia, em sẽ làm gì? Hãy vẽ hoặc gắn các nhãn dán vào khung dưới đây, sau đó viết ra những điều mà em định làm nhé!

I would

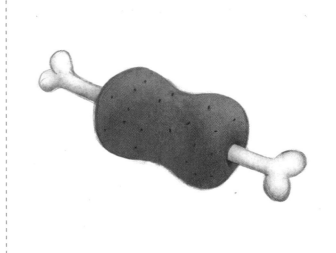

meat thịt	**shadow** cái bóng
shop cửa hàng	**mouth** miệng
smell ngửi	**cry** khóc

Một câu chuyện thú vị thì không thể thiếu một bài hát hay của riêng mình.

Em hãy quét mã QR để cùng nghe và hát theo bài hát bên dưới nhé!

Let's Chant

Dog looks down into the water.

"That meat is bigger than mine!

I need to get that meat!"

Dog jumps into the stream.

His meat is lost in the stream.

Dog starts to cry.

"It was your shadow.

You need to be happy with what you have."

NHÀ XUẤT BẢN THANH NIÊN

Số 64 Bà Triệu - Q. Hoàn Kiếm - TP. Hà Nội

ĐT: (024) 62631706 - Fax: (024) 39436024

Website: nxbthanhnien.vn - Email: info@nxbthanhnien.vn

Chi nhánh: 145 Pasteur - P. 6 - Q. 3 - TP. Hồ Chí Minh

ĐT: (028) 39106962 - 39106963

ĐƠN VỊ LIÊN KẾT XUẤT BẢN VÀ PHÁT HÀNH

CÔNG TY TNHH THƯƠNG MẠI VÀ DỊCH VỤ VĂN HÓA ĐINH TỊ
VPGD tại Hà Nội: NV 22, Khu dự án Handico, Ngõ 13 Lĩnh Nam, P. Mai Động, Q. Hoàng Mai, TP. Hà Nội
VPGD tại TP. Hồ Chí Minh: Số 78, Đường số 1, P. 4, Q. Gò Vấp, TP. Hồ Chí Minh
Điện thoại: (+84)24 7309 3388
Email: contacts@dinhtibooks.vn
Website: http://www.dinhtibooks.vn

Chịu trách nhiệm xuất bản:

Giám đốc - Tổng Biên tập: LÊ THANH HÀ

Biên tập	: NGUYỄN THỊ HẢO
Bìa	: QUỲNH MỠ
Chế bản	: THỦY TRẦN
Sửa bản in	: THÀNH ĐẠT - MINH TRANG

In 2000 cuốn khổ 19cm x 24cm - Tại Công ty CP In Truyền thông Việt Nam

Đ/C: Số 843 đường Hồng Hà, P. Chương Dương, Q. Hoàn Kiếm, Hà Nội

XSX: Số 24 ngõ 454 Minh Khai, P. Vĩnh Tuy, Q. Hai Bà Trưng, Hà Nội

Số ĐKXB: 744-2020/CXBIPH/67-15/TN năm 2020

Quyết định xuất bản của NXB Thanh niên số: 678/QĐ-NXBTN ngày 06-05-2020

Mã số ISBN: 978-604-9933-41-7

In xong và nộp lưu chiểu quý II năm 2020.